D1257821

Copyright © 2011, 2015 by Gnaana Company, LLC. All rights reserved. No part of this book may be reproduced in any form or by any means, without permission in writing from the publisher.

Originally published in a different format by Gnaana Company, LLC: ISBN 978-0-98215-994-1 (softcover).

Illustrations prepared in coordination with Kate Armstrong, Madison & Mi Design Boutique.
Text translation by Indira Priyadarshini. Book design by Sara Petrous.

Cataloging-in-Publication Data available at the Library of Congress.

.

ISBN 978-1-943018-11-6

Gnaana Company, LLC
P.O. Box 10513
Fullerton, CA 92838

www.gnaana.com

Bindi Baby

by gnaana

எண்கள் • ENNGAL

NUMBERS (TAMIL)

0

பூஜ்யம்

poojyam

௦

(இங்கு ஒன்றும் இல்லை)

(ingku oNdRum illai)

1

ஒன்று

oNdRu

க

ஒரு சூரியன்

oru sooriyaN

2

இரண்டு

iraNNDu

௨

இரண்டு இரயில் வண்டிகள்

iraNNDu irayil vaNNDikaL

3

மூன்று

mooNdRu

௩

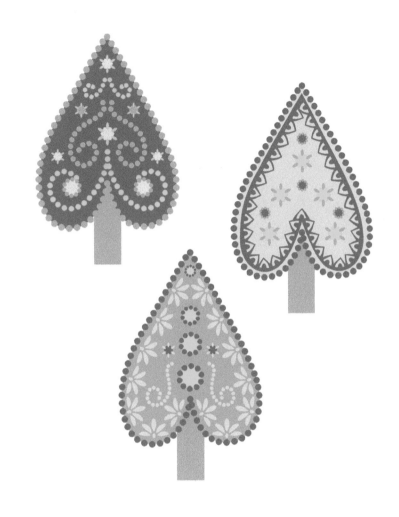

மூன்று மரங்கள்
mooNdRu marangkaL

4

நான்கு

naaNgu

௪

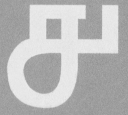

நான்கு பட்டாம்பூச்சிகள்

naaNgu paTTaampoochhikaL

5

ஐந்து

aindhu

ரு

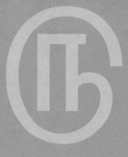

ஐந்து மிதிவண்டிகள்

aindhu midhivaNNDikaL

6

ஆறு

aaRu

௬

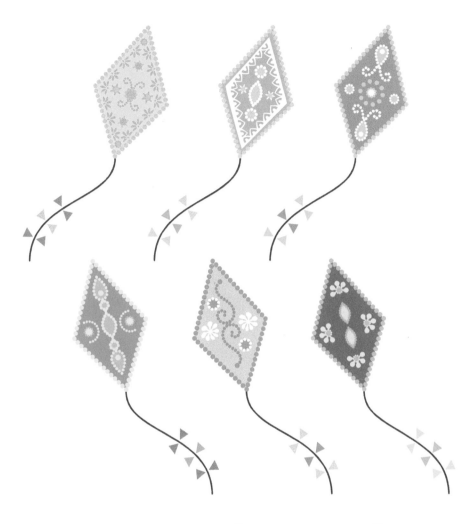

ஆறு பட்டங்கள்

aaRu paTTangkaL

7

ஏழு

Ezhu

எ

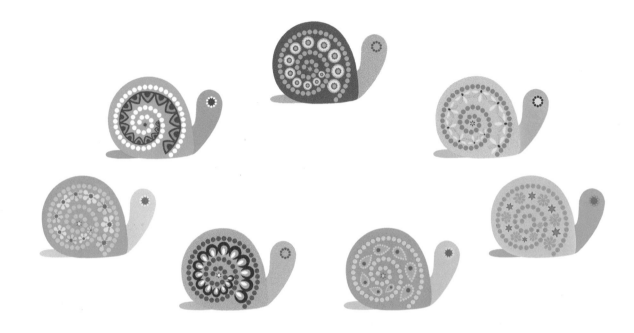

ஏழு நத்தைகள்

Ezhu naththaikaL

8

எட்டு

eTTu

அ

எட்டு பூக்கள்

eTTu pookkaL

9

ஒன்பது

oNpadhu

௯

ஒன்பது குடைகள்

oNpadhu kuDaikaL

10

பத்து

paththu

௰

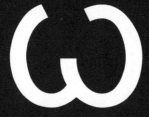

பத்து நட்சத்திரங்கள்
paththu naTchaththirangkaL

TAMIL

0	௦	பூஜ்யம்	poojyam
1	க	ஒன்று	oNdRu
2	உ	இரண்டு	iraNNDu
3	௩	மூன்று	mooNdRu
4	ச	நான்கு	naaNgu
5	ரு	ஐந்து	aindhu
6	௬	ஆறு	aaRu
7	எ	ஏழு	Ezhu
8	அ	எட்டு	eTTu
9	௯	ஒன்பது	oNpadhu
10	௰	பத்து	paththu

11	௰௧	பதினொன்று	pathiNoNdRu
12	௰௨	பன்னிரெண்டு	paNNireNNDu
13	௰௩	பதிமூன்று	pathimooNdRu
14	௰௪	பதினான்கு	pathiNaaNgu
15	௰௫	பதினைந்து	pathiNaindhu
16	௰௬	பதினாறு	pathiNaaRu
17	௰௭	பதினேழு	pathiNEzhu
18	௰௮	பதினெட்டு	pathiNeTTu
19	௰௯	பத்தொன்பது	paththoNpadhu
20	௨௰	இருபது	irupadhu

பெரிய
periya

21	உக	இருபத்தி ஒன்று	irupathi oNdRu
22	உஉ	இருபத்தி இரண்டு	irupathi iraNNDu
23	உங	இருபத்தி மூன்று	irupathi mooNdRu
24	உச	இருபத்து நான்கு	irupathi naaNgu
25	உரு	இருபத்தி ஐந்து	irupathi aindhu
26	உகூ	இருபத்து ஆறு	irupathi aaRu
27	உஎ	இருபத்து ஏழு	irupathi Ezhu
28	உஅ	இருபத்தி எட்டு	irupathi eTTu
29	உகூ	இருபத்தி ஒன்பது	irupathi oNpadhu
30	ங௦	முப்பது	muppadhu

எண்கள்

eNNgaL

40	௪௦	நாற்பது	naatpadhu
50	௫௦	ஐம்பது	aimpadhu
60	௬௦	அறுபது	aRupadhu
70	௭௦	எழுபது	Ezhupadhu
80	௮௦	எண்பது	eNNpadhu
90	௯௦	தொண்ணூறு	thoNNooRu
100	௧௦௦	நூறு	nooRu

இன்னும்

iNNum

பெரிய

periya

எண் கள்

eNNgaL

1,000	க,௦௦௦	ஆயிரம்	aayirum
100,000	க,௦௦,௦௦௦	ஒரு லட்சம்	oru laTcham
1,000,000	க௦,௦௦,௦௦௦	பத்து லட்சம்	paththu laTcham
10,000,000	க,௦௦,௦௦,௦௦௦	ஒரு கோடி	oru koDi

Once upon a time there was no zero...

Can you imagine a world without zero?
Without zero, we would have no
Number 10 or Number 20 or
Number 100. We would have
no way of writing nothing!

The number zero was "invented"
by Aryabhata – one of the
greatest mathematicians and
astronomers in the history of India.

When India invented zero, the world learnt to count...

– Purab Aur Paschim

CPSIA information can be obtained
at www.ICGtesting.com
Printed in the USA
LVHW071511050421
683463LV00009B/227

9 781943 018116